રુદન

મિહિર જાગૃતિ વોરા

Made with ♥ on the Notion Press Platform
www.notionpress.com

આ પુસ્તક હું મારા માતા પિતા , મોટા ભાઈ ભાભી અને નાની પ્રિય ભત્રીજી ને અર્પણ કરું છું .

સામગ્રી

પ્રસ્તાવના

આ પુસ્તક માં મારા આજકાલ દૈનિક માં આવેલા મારી કોલમ એક નઝર ના લેખ છે. ૨૦૦૫ થી ૨૦૧૪ સુધી મારા લેખ આ કોલમ માં આવ્યા હતા.

સ્વીકૃતિઓ

આ પુસ્તક માં મારા આજકાલ દૈનિક માં આવેલા મારી કોલમ એક નઝર ના લેખ છે આ માટે હું આજકાલ દૈનિક ના મેનેજમેન્ટ , તંત્રી , ટ્રસ્ટી અને તમામ પત્રકાર અને સ્ટાફ નો આભાર માનું છું . ૨૦૦૫ થી ૨૦૧૪ સુધી મારા લેખ આ કોલમ માં આવ્યા હતા.

આ પુસ્તક માટે મેં વિવિધ લેખ આધારિત માહિતી વિકિપીડિયા , લેખ ને લાગતા આવેલા વિવિધ અખબારી અહેવાલ અને જે તે લેખક ના લેખ ના સંદર્ભો નો સહારો લીધો છે તે સૌ નો હું આભાર માનું છું .

અનુક્રમણિકા

- રૃદન માણસજાતને લાગણી વ્યક્ત કરવા કુદરતે આપેલી અનમોલ ભેટ છે.
- દુનિયામાં કોઇ પણ એવી વ્યક્તિ તમને નહીં મળે જેને કોઇપણ વખત એલજી થઇ ના હોય.
- ઓમાં થેરપી જેમાં મગજ, મન અને લાગાણીઓ પર ઉપચાર કરવામાં આવે છે.
- પોષક તત્વો.

1

રૃદન માણસજાતને લાગણી વ્યક્ત કરવા કુદરતે આપેલી અનમોલ ભેટ છે

મિત્રો આજે કઇંક નવુ લખવાનુ મન થયુ એટલે માનવ આંખ નુ પાણી આંસુ વિશે મે જરૂરી માહિતી પુરી પાડી છે.આ માટે વિકિપિડિયા માંથી જરૂરી માહિતી લેવાનો પ્રયત્ન કર્યો છે . આશા છે કે આપને જરૂર પસંદ આવસે.

મનોવિજ્ઞાન પેટા શાખામાંથી અલગ વિજ્ઞાન બન્યું ત્યારથી માણસના વર્તન અંગે વિવિધ સંશોધનો શરૂ થયા છે,એમાંનુંએકસંશોધનએટલે'આંસુ' . હાસ્ય અને રૃદન માણસજાતને લાગણી વ્યક્ત કરવા કુદરતે આપેલી બે અનમોલ ભેટ છે.

રૃદન તો એવું ય માધ્યમ છે કે એ હર્ષના પણ હોય અને શોકના પણ હોય! જેમ હસતી વ્યક્તિ હેપી જ હોય એ જરૂરી નથી, એમ રડતી વ્યક્તિ દુ:ખી જ હોય એ પણ જરૂરી નથી. અત્યંત દુ:ખી માણસ રડવું રોકી શકે નહીં, એમ અતિશય ખુશખુશાલ વ્યક્તિ પણ રડી પડે છે. આવું શું કામ થાય છે? એ સવાલનો જવાબ શોધવા માટે વિજ્ઞાને સંશોધનો શરૂ કર્યા છે.

દુ:ખના હોય કે આનંદના હોય, દરેક પ્રકારના આંસુ ખારાં હોય છે. બંને પ્રકારના આંસુમાં લગભગ ૯ ટકા જેટલી ખારાશ હોય છે. ખારાશ જ હોય એવું નથી. બીજા સ્વાદ પણ તેમાં હોય છે એવું વિજ્ઞાન કહે છે, પરંતુ ખારાશ આપની જીભ તરત પારખી શકે છે .

એટલે આપણને આંસુ ખારા જ લાગે છે! પુરુષ કરતાં વધારે રડે છે. તેનું કારણ શારીરિક છે? કે પછી લાગણીશીલતા અતિરેક કે પછી માનવવંશા કહે છે તેમ નાકના નાના કદના લીધે સ્ત્રીઓને રડવું વધુ આવે છે? વિજ્ઞાનીઓ આ સવાલોના જવાબ મેળવવા મથી રહ્યા છે.

વિજ્ઞાનીઓ અત્યારે બે પ્રકારના આંસુઓને અલગ પાડી શક્યા છે : એક છે 'રિફ્લેક્સ'

આંસુ. ડુંગળી-ધુમાડો વગેરેથી ટપકતાં આંસુનો આ પ્રકારમાં સમાવેશ થાય છે. બીજા છે, ભાવનાત્મક આંસુ. હર્ષ-શોક વખતે આંખમાંથી નીકળતાં આંસુનો આ પ્રકારમાં સમાવેશ કરાયો છે. કદાચ વધારે પ્રકારના આંસુ હશે ખરા, પણ તેને અલગ તારવવામાં હજુ સુધી સાયન્સને સફળતા મળી નથી.

મિનેસોટાના એક જૅફ્ રસાયણશી વિલિયમ ઘણાં લાંબા સમયથી આંસુનો અભ્યાસ કરી રહ્યા છે. તેમણે શોધી કાઢયું છે કે રિફ્લેક્સના આંસુ કરતાં ભાવનાત્મક આંસુમાં પ્રોટીનનું પ્રમાણ વધારે હોય છે.

એવું શા માટે થાયછે?સવાલહજુઅનુત્તરછે.ગમે તેમ પણ આંસુ માનવ અસ્તિત્વનો એક મહત્ત્વનો ભાગ પરાપૂર્વથી રહ્યાં છે. રૃદન કરતા શીખવવાનું નથી હોતું, બાળક જન્મે ત્યારે પહેલી લાગણી એ રડીને વ્યક્ત કરે છે. બધી સંસ્કૃતિમાં, બધા ધર્મોમાં! અચ્છા, બધા ધર્મી અને સંસ્કૃતિઓની પૌરાણિક કથાઓમાં રૃદનને સ્થાન મળ્યું છે

મહાભારતમાં દ્રોણપુત્ર અશ્વત્થામા દ્રોપદીના પાંચ સંતાનોનો વધ કરે છે ત્યારે દ્રોપદી બહુ જ લાંબો વિલાપ કરે છે. અંતે શ્રીકૃષ્ણ તેમને શાબ્દિક સધિયારો આપીને શાંત કરે છે. રામ-રાવણના યુદ્ધમાં રાવણ હણાયો પછી વિભિષણ વિલાપ કરતા આંસુ સારે છે ત્યારે ભગવાન રામ તેમને સાંત્વના આપે છે.

રામના પિતા દશરથ મૃત્યુ પામે છે એ પછી ભરત આંસુ પાડે છે ત્યારે ગુરુ વશિષ્ઠ તેને શાંત પાડતા શબ્દો ઉચ્ચારે છે, જેને માનસની ચોપાઈમાં તુલસીદાસજીએ કંઈક આ રીતે વ્યક્ત કર્યા છે : સુનહુ ભરત ભાવિ પ્રબલ, બિલખુ કહેઉ મુનીનાથ, જીવન-મરણ, હાની-લાભ, જશ-અપજશ સબ બિધિ હાથ.

'નોર્સ' પુરાણકથામાં આંસુની ઉપયોગિતાની રસપ્રદ કથા છે. ઓડિનનો પુત્ર બાલ્ડર જ્યારે મરણ પામે છે ત્યારે દેવતાઓ શરત મૂકે છે કે પૃથ્વી પરની દરેક વસ્તુ બાલ્ડર માટે શોક મનાવે,

રૃદન કરે, તો જીવતો પાછો મૂકવામાં આવે! કહે છે કે પૃથ્વી પરના તમામ માનવો, જીવંત પશુ-પક્ષીઓ ઉપરાંત પથ્થરો, ધાતુઓ અને વનસ્પતિપણરડીઊઠયાહતા!પશ્ચિમી સભ્યતામાં કેથોલિક રૃઢીચુસ્ત ચર્ચની માન્યતાઓની અસર નીચે મહ્દઅંશે એવો મત પ્રવર્તે છે કે લાગણીઓને કાબૂમાં રાખીને જ સમાજ પોતાના પ્રશ્નોને બુદ્ધિગમ્ય રીતે ઉકેલી શકશે.

આંસુવિરોધીઓને ત્યાં 'સ્ટોઈક' કહે છે ઈ.સ. પૂ. ૩૦૦ની આસપાસ એથેન્સમાં થઈ ગયેલા ઝીનો નામની દાર્શનિકના એ અનુયાયીઓ છે અને સુખ તથા દુ:ખને સમાન ગણી લાગણીઓ પર સંયમ રાખવામાં માને છે. આ સ્ટોઈસીઝમ ઉપરાંત બુદ્ધિવાદ કે રેશનાલીઝમની પણ પશ્ચિમમાં ઘણી ઊંડી અસર છે.

૧૭મી સદીમાં લોક નામના એક લેખકે બાળઉછેર અંગેના પુસ્તકમાં ચેતવણી આપી છે કે બાળકોના રૃદનને ઉત્તેજન આપવું નહીં કેમ કે આવી ભાવનાઓને દબાવવાનું આપણું મુખ્ય કાર્ય છે! ડૉ. સેમ્યુઅલ જ્હોનસન દિલગીરીને'બિનફાયદાકારક'કહીછે.

૧૭૫૦માં એક મિત્રે પોતાની માતાના મૃત્યુ વિશે લખ્યું ત્યારે તેના જવાબમાં જ્હોન્સનને લખ્યું કે 'એક વખત કુદરતી શ્રધ્ધાંજલિ અપાઈ ગઈ. પછી આંસુ તમારા કે મારા, કોઈના કામના નથી.... જીવનના કાર્યો આપણને બિનજરૂરીદિલગીરીથીદૂરરહેવાસૂચવેછે....ત્રણેક દાયકા બાદ પ્રથમ વિશ્વવિગ્રહનું વખતે આંસુ વહેવડાવવાનો કોઈને સમય ન રહ્યો.

૧૯૨૦ના દાયકાના સમૃદ્ધકાળમાં ફરી આંસુની 'ફેશન' ચાલુ થઈ! ત્યાં જ જબ્બર મંદીનું મોજુ અને ત્યારબાદ બીજું વિશ્વયુદ્ધ આવ્યું.અનેફરીઆંસુસુકાઈગયાં.અમેરિકામાં આંસુ સામે ભારે સૂગ હતી. પણ આંસુ વહેવડાવે તે સહન ન કરાતું. પણ ઐતિહાસિક અને સામાજિક પરિબળોએ આ વલણમાં પરિવર્તન આણ્યું અને પુરુષ પણ પોતાની લાગણી પ્રદશત કરી શકે છે એ હકીકતનો સ્વીકાર કરવામાં આવ્યો.

કેટલાક સમાજશાીઓના મતે ફરી પાછું અશ્રુવિરોધીવલણવિશ્વમાંઉપસતુંજાયછે.ઘણાં વિમ્બલડન ટાઈટલ જીતનારા રોજર ફેડરરની એક ખાસિયત છે. તેઓ કોઈ મેચ જીતે કે હારે, પરંતુ તેમની આંખમાં આંસુ દરેક વખતે આવતાં હોય છે. આમ તો ફેડરરનું માનવું છે કે ખુદને ઈન્સાન સાબિત કરવા માટે ક્યારેક ક્યારેક રડવું પણ જરૂરી છે,

જેથી લોકોને ખબર પડે કે તમારુંદિલપણતૂટીશકેછે.આંસુના પ્રકરણમાં આપણું બોલીવૂડ પણ પાછળ નથી. અમરપ્રેમનો રાજેશ ખન્નાનો પેલો ડાઈલોગ 'આઈ હેટ ટીઅર્સ પુષ્પા!' એ કયો સિનેરરિસક ભુલી શકે. 'સત્યમેવ જયતે'ના સેટ પર કોઈની દર્દભરી કહાની સાંભળતી વેળા આમિર ખાનનીઆંખોપણછલકાતીહતી.

બોલિવૂડની ફિલ્મોમાં ભલભલાં અભિનેતાઓને દિગ્દર્શકો રડાવે છે અને તેને રડાવીને દર્શકોની આંખમાં આંસુ લઈ આવે છે. શોલેમાં ધર્મેન્દ્રને વિલાપ કરતો જોઈને ટેલિવિઝન સામે આજે આટલા વર્ષે જ દર્શકો આંસુ ખાળીશકતાનથી.

ભૂતકાળમાં પુરુષો રડે અને ખાસ કરીને પબ્લિકમાં, તે મરદનું કામ માનવામાં આવતું નહોતું. અલબત્ત, હવે તો આ કોમન થઈ ગયું છે, કારણ કે સોસાયટી મેઈલ જેન્ડરની ઈમોશનલ સાઈડ જોવા ઈચ્છેછે.જોઈએ, આગામી વર્ષોમાં વિજ્ઞાન આંસુનો કોયડો કેટલો ઉકેલી શકે છે.

સંદર્ભઃશતદલ પુર્તિ ગુજરાત સમાચાર અને વિકિપિડિયા

2

દુનિયામાં કોઇ પણ એવી વ્યક્તિ તમને નહીં મળે જેને કોઇપણ વખત એલજી થઇ ના હોય

મિત્રો આજે કઇંક નવુ લખવાનુ મન થયુ એટલે એલજી વીશે જરુરી માહિતી પુરી પાડી છે.આ માટે વિકિપિડિયા માંથી જરુરી માહિતી લેવાનો પ્રયત્ન કર્યો છે .

આશા છે કે આપને જરુર પસંદ આવશે. કોઇ પણ બહારની ચીજ જે સૂક્ષ્મ સ્વરૂપમાં અથવા જોઇ શકો તેવા સ્વરૂપમાં હોય તે જાણે અજાણે તમે શ્વાસ લો છો તે હવામાં, તમે પીઓ છો તે પાણી અને બીજા પ્રવાહીમાં.

તમે રોજ અનેક પ્રકારનો ખોરાક ખાઓ છો તેમાં પણ હોય તે બધા જ પદાર્થોમાં કેટલાક તમારા શરીરને નુકસાન કરનારા પણ હોય જેને ''એલેર્જન્સ'' અથવા એલજી ઉત્પન્ન કરનારા પદાર્થો કહેવાય અને આવા નુકસાનકારક પદાર્થોને શરીરની બહાર કાઢવાની જે પ્રક્રિયા હોય તેને એલજી કહેવાય.

હવામાં રહેલા વાઇરસ તમારા શ્વાસ, મોં નાક અને શ્વાસ નળી મારફતે તમારા ફેફસા ના પહોંચ્યા એ વાઇરસ અથવા એલેર્જન્સને શરીર બહાર કાઢી નાખવા પ્રયત્ન કરે એટલે તમને શરદી થાય. ઉધરસ થાય, કફથાય.

શરીરમાં એલેર્જન્સ દાખલ થાય ત્યારે તમારા શરીરમાં કુદરતી રીતે રહેલી રોગપ્રતિકાર શક્તિ તેને તપાસીને શરીરને નુકસાનકારક હોય તો તેને શરીરની બહાર કાઢી નાખવા પ્રયત્ન કરે છે.

અથવા તમારા શરીરમાં કોઇ ને કોઇ તકલીફ ઊભી કરે છે. થોડું વધારે સમજો. શરીરની રોગપ્રતિકાર શક્તિના કોષ ઈમ્યુન સેલ્સ લિમ્ફોસાઇટ્સ કહેવાય જે તમારા લોહીમાં હોય છે અને લોહી મારફતે આખા શરીરમાં તમારું રક્ષણ કરનારા ચોકીદારની

માફક કરે છે તે તમારા શરીરમાં બહારથી દાખલ થયેલા કોઇ પણ પદાર્થને તપાસે છે અને જો તે શરીરને નુકસાન કરનારા હોય તો તેને બહાર કાઢી નાખવા પ્રયત્ન કરે છે.

એટલું જ નહીં પણ એના જેવા જ બીજા કોઇ પદાર્થી ભવિષ્યમાં ફરી શરીરમાં દાખલ થાય તો તેને યાદ કરે છે એટલે તે બધાને બહાર કાઢી નાખવા પ્રયત્ન કરે છે. દા.ત. હવામાં રહેલા વાઇરસ તમારા શ્વાસ, મોં નાક અને શ્વાસ નળી મારફતે તમારા ફેફસા ના પહોંચ્યા એ વાઇરસ અથવા એલેર્જન્સને શરીર બહાર કાઢી નાખવા પ્રયત્ન કરે એટલે તમને શરદી થાય. ઉધરસ થાય, કફ થાય, છીંકો આવે અને જ્યાં સુધી આ બધા જ વાઇરસ બહાર ના નીકળી જાય ત્યાં સુધી આ બધી જ તકલીફો ચાલુ રહે.

આ જ રીતે કોઇ વખત એલજીની અસર ચામડી પર થાય અને એને કારણે આખા શરીરની ચામડી પર સખત ખંજવાળ આવે. લાલ ચકામા પડે આંખો અને નાક લાલ થઇ જાય. આ ઉપરાંત કોઇ વાર અજાણ્યો ખોરાક ખાવાથી પેટમાં દુખે, ઝાડા થઇ જાય. આ બધાને એલજીકરિએક્શનકહેવાય.

શરીરની આજુબાજુ કરોડોની સંખ્યામાં સૂક્ષ્મ સ્વરૂપે રહેલા એ. બેક્ટેરિયા બી. વાયરસ, ફંગસ સી. સુકાપાંદડા, કચરો અને લાકડા બાળવાથી થતો ધુમાડો, ડી. પેટ્રોલ અને ડીઝલથી ચાલતા વાહનોના એકઝોસ્ટમાંથી નીકળતા અને શરીરને નુકસાન કરનારા ઝેરી વાયુ, ઈ. સિગારેટના ધુમાડા એફ. હવામાં ઉડતી ધૂળના રજકણો જી.

કેમિકલ ફેકટરીમાંથી ઝીણી રજ જેવા ઉડતા રસાયણિક પદાર્થી એચ. પથ્થરની અને કોલસાની ખાણોમાંથી હવામાં ઉડતી ઝીણી રજ વગેરે તથા તમે જે પાણી અને બીજા પ્રવાહી પીઓછો તેમાં અને તમે જે ખોરાક ખાઓ છો તેમાં રહેલા અને તમારા શરીરમાં જઇને તકલીફ કરે તેવા તેવા બધા જ પદાર્થીને એલજી ઉત્પન્ન કરનારા પદાર્થીકહેવાય.

વૈજ્ઞાનિકોના કહેવા પ્રમાણે દુનિયામાં કોઇ પણ એવી વ્યક્તિ તમને નહીં મળે જેને કોઇપણ વખત એલજી થઇ ના હોય. સ્ત્રી, પુરુષ અને બાળકો બધાને થાય. એક સંશોધન પ્રમાણે એલજી વારસાગત પણ હોઇ શકે.શાની એલજી છે તે જાણી શકાય ખરી ?. બહાર ગાર્ડનમાં ફરવા ગયા હો અને છીંકો આવે તો ફૂલોની પરાગ (પોલન) હવામાં ઉડે છે તેની એલજી ગણાય.

તમારી બાથરૂમમાં જંતુનાશક દવા અથવા એર ફ્રેશનર નાખેલ હોય અને તમને છીંકો આવે. શરદી થઇ જાય, તો તે દવા અથવા એર ફ્રેશનરમાં નાખેલા કેમિકલ્સને કારણે થાય.. કોઇ લાઇબ્રેરીમાં ગયા હો અને જૂની ચોપડીઓની વાસથી છીંકો આવે કે ગળામાં બળે તો ચોપડીઓમાં ભરેલા સૂક્ષ્મ જતુંઓને કારણે થાય.

કોઇ ઠેકાણે કોઇ વસ્તુ બળતી હોય, કારના એકઝોસ્ટના ધુમાડા હોય અને તેના ધુમાડાથી પણ તમને આંખોમાં પાણી આવે અને શરદી થઇ જાય તો ઝેરી વાયુની એલજી ગણાય.

કોઇ વસ્તુ ખાવાથી કે પીવાથી (રાંઘેલો ખોરાક, બજારનો ખોરાક, કોઇ ફળ કે શાકભાજી, દૂધ કે કોઇ મીઠા પીણાં) પેટમાં દુખે કે ઝાડા થઇ જાય તો વસ્તુની એલજી ગણાય.એક નિયમ તરીકે તમે જેનાથી એલજી થાય છે તે વસ્તુ શોધી કાઢીને તેનાથી દૂર

રહેવું તે અલજી ના થવા દેવાનો શ્રેષ્ઠ ઉપાયછે.

એલજીને કદાપિ ના મટાડી શકાય. એકવાર તમારા શરીરના ઈમ્યુન સેલ્સ (લીંકોસાઇટ્સ) તમને એલજી કરનારા પદાથીને ઓળખી કાઢે પછી આગળ જણાવ્યા પ્રમાણે તે પદાથી ફરી કોઇ પણ રીતે શરીરમાં દાખલ થાય ત્યારે તેને બહાર કાઢી નાખવા પ્રયત્ન કરે આનું નામ એલજી.

એલજીની દવાઓને 'એન્ટીહિસ્ટામિનિક્સ' કહે છે. જ્યારે શરીરમાં એલજી ઉત્પન્ન કરનારા તત્વો દાખલ થાય ત્યારે શરીર તેની અસર દૂર કરવા "હિસ્ટામીન" નામનો પદાર્થ ઉત્પન્ન કરે છે.

આ પદાર્થ જ્યારે વધારે પ્રમાણમાં નીકળે ત્યારે શારીરિક લક્ષણોમાં છીંકો, ઉધરસ, કફ ઉપરાંત શરીરે ખૂબ પ્રમાણમાં ખંજવાળ આવે,

ઝીણી ફોલ્લીઓ થાય, ખંજવાળવાને કારણે શરીરની ચામડી પર ચકામાં પડે.શરીરની ચામડી લાલ થઇ જાય, આંખો અને નાકની ચામડી પણ લાલ થઇ જાય અને જેને એલજી થઇ હોય તેને ચેન ના પડે એટલે સુધી કે તે ઊંઘી ના શકે. આવા દદીઓને "એન્ટીહિસ્ટામીન"ની ગોળીઓ અને ઈંજેકશનની સારવાર આપવામાં આવે છે.

આ સિવાય શરદી મટાડવા, નાક અને સાઇનસ ભરાઇ ગયા હોય તેને માટે "ડીકંજેસ્ટંટ" અને "એન્ટીકોલર્જનિક" દવાઓ આપવામાં આવે છે. આ ઉપરાંત સ્ટેરોઇડ ગુ રપની "નેસલ સ્પ્રે" (નાકમાં નાખવાની દવા) પણમળેછે.એલજીશૉટ:

એક જ પદ્ધતિ તમને થયેલી એલજીને માટે કારગત છે. એલજીના નિષ્ણાત ડોક્ટર તમને શેની એલજી છે તે શોધી કાઢે અને પછી તમને જે વસ્તુની એલજી હોય તેના ખાસ વેક્સિન (ઈંજેકશન) આપે જેને એલજી શૉટ કહેવાય.

તેનાથી ધીરે ધીરે તમને જે તે વસ્તુની એલજી ઓછીથઇજાય.હર્બલ મેડિસિન, એક્યુપંક્ચર, રીલેક્ષેશન, હોમીઓપેથિક, મેડિસિન, આયુર્વેદિક મેડિસિન વગેરે છે પણ એક પણ સારવાર પ્રમાણભૂત નથી.નેસલ ઈરિગેશન અથવા જળ નેતિ

નાકમાંથી એલજી કરનારી વસ્તુ કાઢી નાખવાની એક દેશી પદ્ધતિ છે જેને "નેસલ ઈરિગેશન" અથવા "જળ નેતિ" કહેવાય. તેમાં કાચના વાંકી ભૂંગળીવાળા સાધનમાં થોડું સહન થાય તેવું ગરમ પાણી ભરી અને માથું પાછળ ઢાળીને નાકના ડાબા છિદ્રમાંથી પાણી નાખી અને જમણી બાજુથી કાઢી નાખવાની ક્રિયા દરરોજ પાંચ વાર કરો.

તેનાથી કફ અને થોડા એલેર્જન્સ જે તમારા નાક અને સાઇનસમાં ગયા છે તે નીકળી જશે અને તમારી છીંક અને ઉધરસ બંધ થઇ જશે અને એલજી ઓછી થશે.નિયમિતકસરતકરો.રોજ ૩૦થી ૪૦ મિનિટની કસરતથી તમારી રોગ પ્રતિકારક શક્તિ (ઈમ્યુનિટી) વધશે જેનાથી એલજી થવાના ચાન્સ ઘટી જશે.

વજન ઓછું રાખો એટલે તમારો બી.એમ.આઇ. ૧૯થી ૨૪ વચ્ચે રાખો.. તમારા પોતાના ઉપયોગની બધી જ વસ્તુઓ સાબુ, હેર ઓઇલ, કોસ્મેટિક્સ, ઘરના કે બાથરૂમના એર ફ્રેશનલ, ડિસઇન્ફેક્ટન્ટ વારેવારેબદલોનહીં.ખોરાકની કોઇ વસ્તુ જેનાથી તમને એલજી થાય છે તે ખબર પડે તે વસ્તુઓથી દૂર રહો. હિમોગ્લોબિન વધે તેવો ખોરાક

(આયર્ન અને પ્રોટીન મળે તેવો) લો.

બહારની ધૂળ ધુમાડો તમારા નાકમાં જાય તે માટે બહાર જાઓ ત્યારે માસ્ક બાંધો.. સવારે અને જ્યારે જ્યારે બહાર જાઓ ત્યારે નાક અને કાનમાં સફેદ (રંગ કે વાસ વગરનું) વેસેલાઇન લગાડો.દિવસમાં એક બે વખત ગરમ વરાળનો નાસ લો.ગરમ પાણીના કોગળા દિવસમાં બે કે ત્રણ વખત કરો.

આંખો ઉપર રાત્રે સૂતી વખતે અને સવારે ઉઠીને અને આખા દિવસમાં બે ત્રણ વાર પાણી છાંટીને ધોઇનાખો.. રાત્રે સૂતી વખતે ફેફસામાં ગયેલા એલેર્જન્સને દૂર કરવા ગરમ પાણીની કોથળી છાતી ઉપર૧૦મિનિટરાખો.

બહારથી આવો ત્યારે હંમેશા સાબુથી હાથ ધોઇ નાખવાનો નિયમ રાખો.. પાણી હંમેશા ફિલ્ટર કરવાના નવા સાધનોથી ફિલ્ટર કરેલું જ વાપરો.. કોઇ ખોરાકથી એલજી થઇ એમ ખબર પડે તો ખોરાકભૂલથીપણનાખાઓ.

તમને થયેલી કોઇ બીજી બીમારી માટે અખતરા તરીકે પણ અજાણી દવા, ચૂરણ કે બીજી કોઇપણ વસ્તુ ખાશો નહીં. કદાચ તેનાથી ગંભીર પ્રમાણમાં એલજીક રીએક્શન આવે. જ્યા દાક્તરિ સલાહ નિ જરુર હોય ત્યા દાક્તરિ સલાહ ને અવગણસો નહિ.

સંદર્ભઃફિટનેસ - મુકુંદ મહેતા

3

ઓમાં થેરપી જેમાં મગજ, મન અને લાગાણી ઓ પર ઉપચાર કરવામાં આવે છે

વિવિધ લક્ષણોમાં ઉપચારની જુદી-જુદી પધ્ધતિઓનો ઉપયોગ કરવામાં આવે છે જેમાંની એક છે ઓમાં થેરપી (ગંધોપચાર પધ્ધતિ).

જેમાં મગજ, મન અને લાગાણી(ભાવનાવશ) ઓ પર ઉપચાર કરવામાં આવે છે. ગંધોપચાર (ઓમા થેરપી) એટલે સુંગધનો ઉપયોગ કરી તેમજ વિવિધ ભાગોમાંથી ઉદા. તરીકે ફુલોફલો, થડ, મૂળ વગૈરે માંથી કાઢવામાં આવેલ તેલનો ઉપયોગ કરીને દર્દીનો રોગ અથવા સ્વાસ્થયની સુધારણા માટે કરી શકાય.

શરીર અને મન એકત્રિત થઈ કાર્ય કરતાં હોવાને લીધે આવતો તાણ શારીરિક તથા મનોભાવના લક્ષણોને દેખાડે છે. તમે હતાશ હશો અથવા તમારા માનસ પર દબાણ હોય તો તમને માંથાનો દુ:ખાવો અથવા અપચનનો ત્રાસ વર્તાય આવે છે. અથવા સતત સંસર્ગ થાય. તમને અસ્વસ્થપણા, ત્રાસદાયક કે ઉઘમાં તકલીફ નિર્માણ થાય.

આ ઉપચાર શરીરમાં આંતરિક અને બાહ્ય ભાગોમાં કરવામાં આવે છે તેનો ઉર્દેશ્ય ફક્ત શરીર અને મનનું સંતુલન બનાવી રાખવું. તેની સર્વસાધારણ પરિસ્થિતીમાં શરીર સુધારો થવાને લીધે માણસને રોગ પ્રતિકારક ઓછું કરવું પડે છે. ઓમા થેરપી શરીરને પૂર્વવત્ત અને પુનનિર્માણ કરવામાં મદદ કરે છે.

સુંગધી વસ્તુઓનો શોધ કરવાં માટે ઈ.સ. ૪૫૦૦ માં પાછળ જવું પડશે. સેંકડો વર્ષ પૂર્વી આવશ્યક તેલ ભારત અને ચીનમાં તૈયાર કરવામાં આવતો હતો. ઈજિપ્ત, ગ્રીક, રોમન, લોકો પછીથી તેનો ઉપયોગ કરવા લાગ્યા. લગભગ ૧૦ કે ૧૨ વર્ષના દશકમાં અનેક લોકોએ ઉપયોગ કહયો.

૧૩ માં શતકમાં ઇન્ગિલેંડમાલેંમા તેનો ઉપયોગ થયો. બાષ્પીભવન થવાની માત્રા અને ઉપયોગીતાને આધારે તેલનું વગીકરણ કરવામાં આવે છે. ઉચ્ચ સ્તરનું ઝડપી અસરકારક પરિણામ, ઝડપી બાષ્પીભવન થાય છે અને ઉત્તેજક ઉન્નતિ શરીર અને મન બંને પર થાય છે.

ઉદા. બેસીલ અને કરલી સેજનીચલા આમાં મંદ પરંતુ તેજ વાસ હોય છે અને તે આરામદાયક હોય છે. ઉદા. પતયૌલી, ચંદન.નીચે દર્શાવેલ તેલનો ઉપયોગ સામાન્ય રોગના   ઉપચારમાં   કરવામાં   આવે   છે ચંદન,લવ્હેંડ,નીલગીરી,બાસીલ,સેગ,જુનિપ,પેપરમિંટ,જ઼ઈ,પતયૌલી,ગુલાબ.

આ   કેટલાક   વસ્તુઓને   તેલમાં   ભેળવી શરીરઅનેચહેરાનામસાજમાટેઉપયોગમાંલેવાયછે. તેલનો ઉપયોગ નીચે દર્શાવ્યા પ્રમાણે કરવામાં આવે છેવાસ લેવો,સ્નાન કરતામોંઢુ ધોતી વખતે,હાથ અને પગ ધોતી વખતે,, કપડાંને તેલમાં ડુબાવી દુખાવાના ભાગ પર દાબવું.ચહામાઓરદાને સ્વચ્છ કરતી વખતે વાપરવું .

અંત્તમા તેલમાં પ્રત્યક્ષ રીતે ઉપયોગ કરવો.આ ઉપચાર શરીરમાં આંતકિય અને બાહ્ય ભાગોમાં આવે છે તેનો ઉર્દેશ્ય ફકત શરીર અને મનનું સંતુલન બનાવી રાખવું. તેની સર્વસાધારણ પરિસ્થિતીમાં શરીર સુધારો થવાને લીધે માણસને રોગ પ્રતિકારક ઓછું કરવું પડે છે.

ઓમા થેરપી શરીરને પૂર્વવત્ત અને પુનનિર્માણ કરવામાં મદદ કરે છે. ગંધોપચાર તજ઼ પાસેથી મિશ્રણ કેવી રીતે કરવું અને મસાજ કરવાની પદ્ધતી શીખવાની જરૂરી છે. કારણ કે ફકત રોગના લક્ષણો જોઇને ઉપચાર કરવો અને તેના કારણોને દુર્લક્ષ કરવાથી અથવા ખોટા તેલનો ઉપયોગ કરીને ઉત્તમ અસરકારક પરિણામ મેળવવાની આશા એ અશક્ય છે.

આ પદ્ધતીનો ઉપયોગ નીચે દર્શાવેલ સમસ્યાઓ માટે પણ કરવામાં આવે છે માસિકધર્મ,મળોત્સર્ગ,સ્નાયુમજ્જાતંત્ર,શ્વસનતંત્ર,ત્વચા, અનિદ્રા – ઉદાસીનતા.સાંધામાં દુ:ખાવો.,પથરીને ભીનું કરવું,પરસેવો આવવો,સંધિવાતેલનો ઉપયોગ કરીને સ્નાન કરવાથી આનંદીત અને આરામદાયક લાગે છે.

તેના દ્રાવ ઉપચાર પણ કરવામાં આવે છે. પાણીમાં પોતે એક પ્રકારનું રોગનિવારણ ઉપચાર છે. પાણી તેલના ગુણોને વધારે છે. ૬ થી ૧૦ ટીંપા પ્રમાણમાં પાણીમાં ભેળવો. તેમાં બીજા કોઈ પણ પ્રકારનો પદાર્થ જેવા કે ફીણ અથવા સ્નાન કરવાનો તેલ ભેળવવું નહી. અને તે પાણીમાં ૧૦ મિનિટ સુધી તમારા શરીરને ડુબાડી રાખો,

તે દરમ્યાન વાળનો (શ્વાસ લેવો) ઉપચાર કરવો. જુનિપ: ત્રાસ ઓછો કરવો અને ઉત્તેજન આપવું. જંતુઓનો સંસર્ગ કરવો અને મસાજ માટે ઉપયુક્ત હોવાને લીધે પેશીઓને મદદ કરે છે. તેને લીધે માનસિક શુદ્રતા પૂર્વસ્થિતિમાં આવે છે. અને લાગણીઓને કાબૂમાં રાખવામાં મદદ કરે છે.

આનો ઉપયોગ પુરુષોના અત્તંમાં, aftershaves અને colognes તરીકે કરવામાં આવે છે. આને લીધે પ્રતિકારક શક્તિ દૃઢ થાય છે અને શરીર સાફ રાખવામાં મદદ કરે છે.ચેતાવણી: ગર્ભાવસ્થા દરમ્યાન જુનિપનો ઉપયોગ ના કરવો

.ઉગમસ્થાન: ફ્લો (મુખ્યત્ત્વે યુગોસ્લાવીયામાં)તૈયાર કરવાની પદ્ધતી: પ્રવાહીને વાળમાં રૂપાંતર કર્યા પછી તેને દ્રવ્યમાં રૂપાંતર કરવું.ગંધોપચાર વર્ગ: શક્તિદાયકગંધોપચાર પ્રકાર: કોનિફેસ ત્વચાનો પ્રકાર: દાગ - થબ્બા વાળું ઉપચાર: ત્વચા પરના વિષાણુઓને ઓછા કરવા અને સુંવાળી બનાવવા માટે દબાણ દ્વારા ઉપચાર કરવો.૧૦૦ મિ.લી ગરમ પાણીમાં ૫ થી ૧૦ ટીંપા તેલનું મિશ્રણ કરવો, સ્વચ્છ સુચાઉ કાંપડને તેમાં બોળી નીચોવી લેવો અને દુખાવવાના ભાગ પર ફેલાવો.

તેલનો ઉપયોગ કરીને મસાજ કરવાથી અસરકારક પરિણામ મળે છે. મસાજ કરવા માટે દ્રાક્ષના બી, બદામ અથવા પીચના છાલના તેલમાં સુવાસ રહીત તેલનું મિશ્રણ કરીને ઉપયોગ કરવો.શરૂઆતમાં મિશ્રણમાં તેલનું પ્રમાણ ત્રણ ગણું રાખવું (નાજુક ત્વચા પર વિશેષ કરીને ટીંપુ ૨ મિલીલીટર સાદા તેલમાં ભેળવો.

ઓછો પ્રમાણ બધા માટે સારૂંછે. એવું કોઈ શાસ્ત્રીય નિષ્કર્ષ નથી કે તેલ ત્વચાથી શોષાય અને પછી તે રક્તમાં ભળે છે. ત્વચારોગ તજ્ઞોના પ્રયોગ પછી સિદ્ધ કર્યું છે કે મસાજ કરતી વખતે ત્વચા દ્રાવ તેલ શોષાતું નથી.

ત્વચા એ શરીરને મહત્ત્વનો ભાગ હોવાને લીધે શરીરમાં અસુરક્ષિત પદાર્થને પ્રવેશ કરવા દેતા નથી. ગૅનિયમશરીર અને મનનું સંતુલન રાખના તેલ. આ તેલમાં તાજા, ફ્લોનો મીઠી સુવાસ હોય છે જને લીધે લાગણીઓમાં સ્થિરતા રાખવામાં અને આરામદાયક હોય છે.

સર્વ પ્રકારના કાર્યશક્તિ માટે ઉપયોગી અને કાર્યશક્તિની કાળજ઼ લેવા માટે ઉપયોગમાં લેવાતાં ઔષધોમાં તેમજ વિસ્તારને સ્વચ્છ રાખવા માટે આનો ઉપયોગ કરવામાં આવે છે.મચ્છરોને દૂર ભગાવવામાં મદદ કરે છે. તેમજ મસાજ કરવાથી ઉપયોગી નીવડે છે.

બીજા કેટલાક ફ્લોના તેલમાં લવ્હેંડ અને બર્ગેમૉટના તેલને ભેળવવાથી ઉત્તમ પ્રકારનો રૂમ ફેશનર તૈયાર થાય છે.

ઉગમસ્થાન: ચીનમાં પાંદડા અને થડ મળે છે. તૈયાર કરવાની પદ્ધતી: પ્રવાહીને વાસમાં રૂપાંતર કરી પછી તેને દ્રવ્યમાં રૂપાંતર કરવું ગંધોપચાર પ્રકાર: ફ્લોથી તૈયાર કેસ ત્વચાનો પ્રકાર: તૈલી અને શુષ્ક ત્વચા માટે ઉપયોગિતા: ત્વચાને તાજગી આપવા માટે, મસાજ માટે ક્યાં પ્રકારના તેલમાં વ્યવસ્થિત મિશ્રણ થાય છે:

ગંધતરુ વૃક્ષના તેલમાં, સિટ્રોનેસા, કલી સેગ, દ્રાક્ષનું તેલ, જૂઇ, લવ્હેંડ, લિંબુ, નેરોલી, નાંગી, પેટીટંગ્રેન, ગુલાબ, રોઝમી અને ચંદન. ઉકળતા પાણીના વાસણમાં ૫ થી ૧૦ ટીંપા ઉપચારમાં લેવાતા તેલને નાંખો અને માથા ઉપરથી ટુવાલને વાસ આવે એવી રીતે ઓઢો કે વાસણ ઢંકાય જાય અને તેની વાસ બહાર ના જાય તેનું ધ્યાન રાખો અને તે વાસને શ્વાસોશ્વાસમાં લો.

ચંદનનું વૃક્ષકસ્તૂરીની સુવાસ જેવું, પોષ્ટિક, ઉત્તેજક, તેલ, જેને લીધે શરૂઆતમાં અત્યંત કડક વાસ હોતો નથી પણ હમેશા હે છે.ચંદનને પારંપરિક પદ્ધતીમાં ઉપચાર તરીકે અને ધાર્મિક સમારોહમાં પણ ઉપયોગ થતો હતો. તેને લીધે વાતાવરણમાં સુવાસ ફેલાતો અને આકર્ષક, ઉત્તેજકતા આવતો.

ત્વચાની કાળજી લેવા માટેનું ઉત્તમ તેલ છે. અત્યંત શુષ્ક અને ખરતાં કે તૂટતા વાળ માટે ઉપયુક્ત, તેમજ તેને લીધે શરીરમાંથી અંત્તની સુવાસ આવે છે.ઉગમસ્થાન: દક્ષિણ ભારતના ઝાડમાંથી તૈયાર કરવાની પદ્ધતી: વાસમાં રૂપાંતર કરી પછી તેને દ્રવ્યમાં રૂપાંતર કરવું .

ગંધોપચારવર્ગ:શાતંતાઆપવું ગંધોપચાર પ્રકાર: ચંદન .ત્વચાનો પ્રકાર: તૈલી, દાગવાળા, સંવેદનશીલ અને શુષ્ત્વચામાટે

પરંપરાંગત ઉપયોગિતા: ત્વચાને તાજગી અને તેજ આપવા માટે, કોમળ બનાવવા માટેબધા ઉપયુકત તે એ જંતુનાશક અને ત્વચાનું બાષ્પીભવન ઝડપી બનાવે છે, માટે તે એક ઉત્તમ રીતે કામ કરે છે.

વિવિધ પ્રકારનો તેલ જુદા-જુદા પ્રકારનું વાતાવરણ સર્જે છે. ઉદા. આરામદાયક જૂઇ તેમજ કલેરી પાર્ટીઓમાં તેનો ઉપયોગ કરવામાં આવે છે. કામે જતી વખતે પેપરમિંટનો ઉપયોગ કરવાથી તમારા મનને સ્વચ્છ રાખે છે. બાષ્પીકરણ કરવા માટે અનેક પ્રકારના સાધનો ઉપલબ્ધ છે.

ગરમ પાણીના વાસણમાં અથવા કેટલીક વખતે બે-ચાર ટીંપા પૃષ્ઠભાગ પર નાખી અને તે માટે નાનું વાસણ કે જેને મીણબત્તી ઉપર ગરમ કરી શકાય 'અરોમા સ્ટોન' નો અસરકારક ઉપયોગ જે વીજળી દ્વારા ધીમા તાપમાને વાસમાં રૂપાંતર થાય છે જેને લીધે પાણી અને તેલનો ઓછો પ્રમાણ લાંબા સમય સુધી ચાલે છે.

જૂઇ ભાવનાઓને ઉત્સાહીત, આરામદાઇ, કોમળ તેમજ આત્મવિશ્વાસ વધારવા માટે, તાણને ઓછો કરવા માટે જૂઇનું તેલ ઉપયોગી અને ગરમ પ્રકૃતિના શુષ્ક ત્વચા માટે યોગ્ય છે.

તેમાં ભાવનાઓને જાગૃત કરવાનાં ગુણો છે. તેની સુગંધ કડક હોય છે માટે ખુબ ઓછા પ્રમાણમાં ઉપયોગ કરવો. વિશાળ પ્રમાણમાં રાત્રે ફલને એકત્ર કરવા.

કારણ કે તે સમયે તેનું સુગંધ વધારે હોય છે તેમાંથી ખુબ તેલ મળે છે એટલે તે ખુબ મોંઘુ હોય છે. જ્યા દાક્તરિ સલાહ નિ જરુર હોય ત્યા દાક્તરિ સલાહ ને અવગણસો નહિ.

4
પોષક તત્વો

સ્વાસ્થ્ય અને પોષણ વચ્ચેનો સંબંધ સીધો અને ગાઢ છે. સામાન્ય માનવીને શરીરના ઉત્તમ સ્વાસ્થ્ય માટે સારા પોષણની જરુર છે અને સારું પોષણ મેળવવા પૌષ્ટિક આહારની જરુર છે.

પોષણ આપણી તંદુરસ્તીમાં ફેરફાર લાવે છે. અપૂરતું કે નબળું પોષણ, જમવાની ખોટી ટેવો, પૂરતું ન ખાવું વગેરેની તંદુરસ્તી પર ખૂબ ગંભીર અસર થાય છે અને આયુષ્ય નબળું બને છે. અતિપોષણ પણ તમારા શરીરમાં સ્થૂળતા, ડાયાબિટીસ, હ્દયરોગ જેવા રોગો લાવે છે. તેથી પૌષ્ટિક આહાર ખૂબ જ જરુરી છે.

પૌષ્ટિક આહાર મેળવવા માટે તેને સાચવીને રાંધવો જોઇએ. ખોરાક રાંધતી વખતે સ્વચ્છતા જાળવવામાં આવે તથા રાંધવાની સારી રીતો અપનાવવામાં આવે તો રાંધેલા ખોરાકમાં પોષણ મૂલ્યો સારા પ્રમાણમાં સચવાય છે.

જે તંદુરસ્તી માટે ઉત્તમ છે. પણ જો આવી બાબતો પ્રત્યે ઉપેક્ષા રાખવામાં આવે તો આપણા આહારમાંથી તેટલા પ્રમાણમાં પોષણ મૂલ્યો આપણે ગુમાવીએ છીએ. તેથી પૌષ્ટિક આહાર મેળવવા માટેની ખાદ્ય પદાર્થોની પસંદગી, રાંધવાની સારી રીતો અને ખોરાકમાં રહેલાં પોષણ મૂલ્યોને વિગતવાર જાણવુ જરુરિ છે.

ઇન્ડિયન રિસર્ચ કાઉન્સિલે દરેક ઉંમરની વ્યક્તિએ કેટલાં પોષક તત્વો લેવાં જોઇએ તે નક્કી કરવામાં આવ્યું છે. તેમણે સમતોલ આહાર તથા આહાર માર્ગદર્શિકા દ્વારા આપને સઘળાં પોષક તત્વો મળી રહે તેનું પ્રમાણ નક્કી કર્યું છે.

જેમાં નીચેનાં પોષક તત્વોનો સમાવેશ થાય છે. કાર્બોદિત પદાર્થ આ પદાર્થ આપણને રોજિંદું કામ કરવાની શક્તિ આપે છે. જે આપણને ચોખા, ઘઉં, ફળો, બટાકા, ખાંડ, ગોળ, મધ વગેરેમાંથી મળે છે.

જેના વધારે પડતા ઉપયોગથી સ્થૂળતા પણ આવી શકે છે. જેથી સામાન્ય વ્યક્તિએ રોજના 6થી 8 પિસ લેવા જોઇએ.

રમત રમતા ખેલાડીઓએ કે ભારે કામ કરતા મજૂરોએ આ પિરસણ 10થી 12 સુધી લેવું જોઇએ.પ્રોટીન આપણે રોજનું 50થી 60 ગ્રામ પ્રોટીન લેવું જોઇએ.

પ્રોટીન દૂધ, દૂધની બનાવટો, માછલી, ઇંડાં, ધાન્ય, કઠોળ, દાળ તથા સીંગદાણામાંથી મળે છે. કઠોળ અગર ધાન્ય સાથે જે દ્વિતીય કક્ષાનું પ્રોટીન ધરાવે છે.

દૂધ અથવા દૂધની બનાવટો કે જે પ્રથમ કક્ષાનું પ્રોટીન ધરાવે છે તેની સાથે લેવામાં આવે તો બંને મળીને પ્રથમ કક્ષાનું પ્રોટીન મળી રહે. દાત- દહીં અથવા છાશથી બાંધેલાં થેપલાં પાણીથી બાંધેલાં થેપલાં કરતાં ઘણાં ગુણકારી છે.

આ ઉપરાંત એક કરતાં બે અથવા બેથી વધુ કઠોળ ભેગા કરીને તેની વાનગી બનાવવાથી પોષક તત્ત્વોની દૃષ્ટિએ વધુ ફાયદો થાય છે. પલાળેલાં, ફણગાવેલાં, વાટેલાં કઠોળ કે દાળનો આહારમાં સમાવેશ કરવો જોઇએ.

પલાળેલાં કઠોળ કે પછી કરકરા લોટમાં આથો આવવા દઇ તેની વાનગી બનાવીને ખાવી જોઇએ.

તેમાંથી પ્રોટીન વધુ અને સારા પ્રકારનું મળે છે. ફોતરા વગરનાં ધાન્ય, કઠોળ અને દાળ કરતાં ફોતરા વાળાં ધાન્ય વગેરે લેવાં પણ હિતાવહ છે. વળી થેપલા જેવી વાનગીમાં પાલક, મેથી જેવી લીલી ભાજી નાંખવાથી તે વધુ પૌષ્ટિક બને છે. રોજ 100 ગ્રામ મગફળી લેવાથી પણ આપણી અડધી જરૂરિયાત જેટલું પ્રોટીન મળી રહે છે.

વિટામિન આપણા શરીર માટે મુખ્યત્વે વિટામિન 'એ', 'બી', 'સી' તથા 'ડી'ની સૌથી વધારે પ્રમાણમાં જરૂર છે. વિટામિન 'એ' રોજનું 2400 બી.કે. લેવું જોઇએ. મધ્યમ કદનું ગાજર, 10 ગ્રામ કોથમીર, 50 ગ્રામ કોળું અથવા 100 ગ્રામ મેથીની ભાજી લેવાથી મળી રહે છે.

આ વિટામિન લીલા ઘેરા રંગના પાંદડાવાળાં તથા પીળાં અને કેસરી તથા રતાશ પડતાં શાકભાજીમાંથી તથા પીળા અને કેસરી ફળોમાંથી મળી રહે છે.

વિટામિન 'બી' સમૂહ કઠોળ, દાળ, આખા અનાજ તેલીબિયાં તથા સૂકા મેવામાંથી મળે છે. આ ઉપરાંત પલાળેલાં તથા આથો આવેલી દાળ અને કઠોળમાંથી વધુ મળે છે.

આ વિટામિન પાણીમાં દ્રાવ્ય હોવાથી વારંવાર ધાન્ય ધોવાથી અગર શાક વગેરેનું પાણી નાખી દેવાથી નાશ પામે છે.

રસોઇમાં ખાવાના સોડા નાંખવાથી પણ વિટામિન નાશ પામે છે. તેથી સોડાનો ઉપયોગ ન કરવો જોઇએ. વિટામિન 'સી' રોજનું 40 મિ. ગ્રામ લેવું જોઇએ. જે આપણને 1 આમળું, 1 મધ્યમ કદનું જામફળ, 1 નારંગી, 1 લીંબુ વગેરેમાંથી મળી રહે છે.

વિટામિન 'સી' ખાટાં ફળ, લીલાં શાકભાજી અને ફણગાવેલાં કઠોળ ગરમ કરવાથી, ખુલ્લા રાંધવાથી અને પાણી દ્રાવ્ય હોવાથી રાંધેલું પાણી નાખી દેવાથી આપણને મળતું નથી.

આ વિટામિન પૂરતા પ્રમાણમાં મેળવવા માટે સારામાં સારો ઉપાય રોજ આપણા આહારમાં થોડું કચુંબર, ચટણી તથા ફળ કે શાકનું રાયતું લેવાથી થાય છે. બને તો રોજ એકાદ ફળ લેવું જોઇએ.

શાક તથા દાળમાં લીંબુનો છૂટથી ઉપયોગ કરવો ઉત્તમ છે.ક્ષારો ક્ષારોમાં મુખ્યત્વે કેલ્શિયમ, ફોસ્ફરસ, લોહ તથા આયોડિન છે. મોટેભાગે કેલ્શિયમ મળે તેમાંથી જ ફોસ્ફરસ

પણ મળતું હોય છે.

તેથી એ બંને માટે 284 ગ્રામ દૂધ અને તેની બનાવટો, બાજરી, કંદમૂળ, કઠોળ, ફળ, સૂકોમેવો, તલ તથા લીલાં શાકભાજી લેવા જોઇએ. ખસખસમાં કેલ્શિયમનું પ્રમાણ સૌથી વધારે છે. રાંધવા દરમિયાન ક્ષારોને કંઇ નુકસાન થતું નથી તથા સુકવણી અથવા બીજી કોઇ રીતે સંગ્રહ દરમિયાન પણ એનો ક્ષય થતો નથી.

ક્ષારો આપણાં હાડકાંના બંધારણ માટે તથા લોહીના બંધારણમાં અગત્યનો ફાળો આપે છે. તેમની અછતથી હાડકાં, દાંત તથા લોહીની તકલીફ઼ો થાય છે. આયોડીન સામાન્ય રીતે મીઠામાંથી, લીલાં શાકભાજી તથા દરિયાઇ વનસ્પતિમાંથી મળે છે. લોહ આપણને લીલાં શાકભાજી, અનાજ, કઠોળ, મીટ વગેરેમાંથી મળે છે.

રોજનું 20થી 30 મી. ગ્રામ લોહ લેવું જોઇએ. 100 ગ્રામ મીઠો લીમડો, સૂકા ફળ, મેથીની ભાજી અને સરગવાનાં પાંદડામાંથી મળી રહે છે. સ્ત્રીઓએ લોહ પૂરતા પ્રમાણમાં લેવું ખૂબ જરૂરી છે. ગર્ભાવસ્થા તથા દૂધપાન કરતી વખતે તો પૂરતું લોહ લેવું જોઇએ. જો તેને પૂરતાં પ્રમાણમાં લેવામાં ન આવે તો એનિમિયા થવાની શક્યતા છે.

આ ઉપરાંત જેને ટ્રેસ એલિમેન્ટ કહેવાય છે અને શરીરમાં જે જૂજ પ્રમાણમાં જોઇએ છે તેવા કોપર, કોબાલ્ટ, મેગનીઝ, ઝિંક, મેગ્નેશિયમ જેવા સાત જૂથના ખોરાકમાંથી મોટે ભાગે મળી રહેતા હોય છે. આમ સમગ્ર રીતે જોતા રોજના ખોરાકમાં સામાન્ય માનવી જો ઉપર જણાવવામાં આવ્યો છે તે પ્રમાણેનો ખોરાક લે તો તેને પૂરતા પોષક તત્વો મળી રહે છે.

આયુર્વેદ સ્વસ્થ તન અને સ્વસ્થ મન માટે રિલેક્સ રહો. મનને ખુશ રાખવા માટે હંમેશાં સકારાત્મક વિચારસરણી અપનાવો. તન મનથી હંમેશાં સ્વસ્થ રહેવું હોય તો આનંદી સ્વભાવ રાખવો. નાની-નાની વાતોમાં ગુસ્સે ના થતા એમાંથી પણ આનંદ મેળવવો. જોકે આ ખૂબ જ અઘરું છે પણ શક્ય છે ખરું.

આયુર્વેદમાં આયુષ્યને સ્વસ્થ અને દીર્ઘ રાખવા માટે શું કરવું અને કદાચ રોગ અને વ્યાધિથી શરીર પીડિત થાય તો કેવી રીતે મુક્ત થવું એનું વિસ્તારપૂર્વક વર્ણન કરેલું છે. 'પહેલું સુખ તે જાતે નર્યા' માનવી માટે આરોગ્ય સુખ સર્વ પ્રથમ અનિવાર્ય છે. શરીરને સ્વસ્થ રાખવા માટે દિનચર્યા, ઋતુચર્યાનું પાલન કરવું અતિ જરૂરી છે.

આયુષ્યને નિરોગી રાખવું હોય તો મનુષ્યે પ્રાત-કાળમાં બ્રહ્મમુહૂર્તમાં ઊઠી જવું જોઇએ. તાંબાના પાત્રમાં પાણી રાત્રે ભરીને રાખવું તે પાણી સવારે ઊઠીને પીવું. જેનાથી નરણા કોઠે પીઘેલું પાણી આંત્રમાં જઇને મળનું સારી રીતે વિસર્જન કરાવે છે. જેથી કબજિયાત રહેતી નથી. પરિણામે મળશુદ્ધિ સારી રીતે થવાથી સ્વસ્થતા આવે છે.

આયુર્વેદિક કહે છે, સ્વસ્થ દીર્ઘાયુ જીવન જીવવા માટે આયુર્વેદ વિજ્ઞાને આહાર બાબતે ઊંડું પાયાનું જ્ઞાન પીરસ્યું છે. દીર્ઘાયુષ્યની ખરી કમાલ કોઇ મહાન ઔષધિમાં નથી પરંતુ આયુર્વેદ વિજ્ઞાને બતાવ્યા મુજબ આહાર-વિહારના આયોજનનું પદ્ધતિસર પાલન કરવું એમાં જ છે.

આહાર પ્રાણીમાત્રના જીવનનું મહત્વનું બળ છે. આહાર એ જીવનની પ્રથમ જરૂરિયાત છે. માનવીના સ્વાસ્થ્ય, શક્તિ, ઓજસ, બળ, વર્ણ, સુખ અને દીર્ઘજીવનના પાયાનું ઉત્તમ માધ્યમ 'આહાર' જ છે.

જેનો આહાર ઉત્તમ તેમનું સ્વાસ્થ્ય ઉત્તમ જેનો આહાર હલકો તેનું જીવન માંદલું અને રોગિષ્ઠ. 'આમ જેવું અન્ન તેવું જ મન.' સાત્ત્વિક-શુદ્ધ માપસર અને પોતાની પ્રકૃતિને હિતકર લીઘેલો આહાર તંદુરસ્તી અને દીર્ઘાયુષ્યને બક્ષે છે.

આ ઉપરાંત સ્વસ્થ રહેવું હોય તો દારૂ, સિગારેટ, પાન મસાલા, ચા-કોફી, તમાકુ, માદક પદાર્થોથી દૂર રહેવું પ્રયાપ્ત ઊંઘ સ્વસ્થ શરીરમાં અનિવાર્ય છે. જે આરામ પ્રદાન કરે છે અને બીજા દિવસના કાર્ય માટે સ્ફૂર્તિ પ્રદાન કરે છે.

પૂરતા પ્રમાણમાં ઊંઘ ના થાય તો વ્યક્તિ થાક અને બેચેનીનો અનુભવ કરે છે. આથી જ દરેક વ્યક્તિએ સાત કલાકની ઊંઘ લેવી ખૂબ જ જરૂરી છે. સ્વસ્થ તન અને સ્વસ્થ મન માટે રિલેક્સ રહો. મનને ખુશ રાખવા માટે હંમેશાં સકારાત્મક વિચારસરણી અપનાવો. જ્યા દાક્તરિ સલાહ નિ જરુર હોય ત્યા દાક્તરિ સલાહ ને અવગણસો નહિ.